“Những bậc như vậy sao có thể lừa gạt chúng sanh
để thành tội đại vọng ngữ?”.

Cover design by Philippe Ngo

Cover image, *Fire by Icon0com*, provided by Pxhere , is under Public Domain Mark 1.0. This work is in the public domain by its author. This work has been identified as being free of known restrictions under copyright law, including all related and neighboring rights.

Original link: https://pxhere.com/vi/photo/1441211

contact@ngohoanhkhoi.info

ISBN-13: 978-0-359-57992-1

Mục Lục

Lời Nói Đầu

Tạng Luật (Vinayapiṭaka) thuộc về Tam Tạng (Tipiṭaka) là những lời dạy và quy định của đức Phật về các vấn đề có liên quan đến cuộc sống và sự sinh hoạt của tăng đoàn cũng như các công việc của hội chúng, trong đó, chủ yếu đề cập đến các tỳ khưu, tỳ khưu ni, đồng thời một số vấn đề có thể áp dụng cho hàng tại gia cư sĩ.

Trong Tạng Luật có quy định về trọng tội Bất Cộng Trụ (tức là Ba La Di). Trong đó, nhân du hóa tại Tỳ Xá Ly, Đức Phật có kết giới Đại Vọng Ngữ, như sau: "Tỳ-kheo nào, thật không sở tri mà tự xưng rằng: "***Tôi chứng đắc pháp thượng nhơn, tôi biết như vậy, tôi thấy như vậy.› Vào lúc khác, tỳ-kheo ấy hoặc bị người cật vấn, hoặc không người cật vấn, muốn tự thanh tịnh nên nói như vầy: "Tôi thật không biết, không thấy, mà nói có biết có thấy, nói lời hư dối vọng ngữ,› trừ tăng thượng mạn, Tỳ-kheo ấy là kẻ ba-la-di, không được sống chung***.".

Kinh Lăng Nghiêm cũng nói: "*A-nan! Như chúng sanh sáu đường trong thế giới, tuy thân tâm không sát sanh, trộm cắp, dâm dục, ba hạnh đã tròn, nếu còn mắc phải đại vọng ngữ, thì Tam-ma-đề không được thanh tịnh, thành ma ái kiến, mất giống Như Lai. Nghĩa là chưa được nói đã được, chưa chứng nói đã chứng, hoặc cầu thế gian tôn trọng tột bậc, bảo người ở trước rằng: "Nay tôi đã được quả Tu-đà-hoàn, quả Tư-đà-hàm, quả A-na-hàm, đạo A-la-hán, thừa Bích-chi Phật, hoặc các vị Bồ-tát trong Thập địa hay trước Thập địa", trông mong người kia lễ sám, tham sự cúng dường. Ấy là những kẻ nhất-điên-ca, tự tiêu diệt giống Phật, như người lấy dao chặt cây đa-la. Phật ấn chứng người ấy mất hẳn căn lành, không còn chánh tri kiến, chìm đắm trong ba biển khổ, không thành tựu pháp Tam-muội."*

Tại sao Đức Phật dạy: "***Cho dù bản thân mình chứng Thánh quả cũng không được nói cho người khác biết***"?

Chương 1. Tội Đại Vọng Ngữ là gì ?

1.1. Nhân Duyên Dẫn Đến Kết Giới Đại Vọng Ngữ

Một thời, đức Thế tôn du hóa tại Tỳ-xá-ly, ở trong giảng đường Cao-các bên sông Di hầu. Bấy giờ gặp lúc lúa gạo quý hiếm, nhơn dân đói khổ, khất thực khó được. Đức Thế tôn bảo Tôn giả A-nan: «Hãy tập hợp tất cả tỳ-kheo trú ở Tỳ-xá-ly vào giảng đường.». Tôn giả A-nan vâng lời Phật dạy, tập hợp các tỳ-kheo tại giảng đường. Chúng tăng tập hợp xong, Tôn giả đảnh lễ dưới chân Phật, rồi đứng lui qua một bên, thưa: «Tất cả các tỳ-kheo có mặt tại Tỳ-xá-ly đã tập hợp tại giảng đường. Cúi xin đức Thánh biết thời.». Khi ấy, đức Thế tôn liền đến giảng đường, ngồi giữa đại chúng, bảo các tỳ-kheo: «Các ngươi nên biết, hiện nay gặp lúc lúa gạo quý hiếm, nhơn dân đói khổ, khất thực khó được. Các ngươi ai có thân hữu tri thức đồng Hòa thượng, cùng thầy, ở gần Tỳ-xá-ly này, thì đến đó nương nhờ, cùng tùy theo sự thích hợp mà an cư. Ta cũng sẽ an cư nơi nầy. Tại sao vậy? Vì thức ăn khó khăn, nên khiến cho chúng tăng mệt nhọc.». Các tỳ-kheo nghe đức Thế tôn dạy rồi, mỗi người đều theo thân hữu tri thức đồng Hòa thượng, đồng thầy, ở gần Tỳ-xá-ly mà an cư. Đức Thế tôn cũng an cư trong thành Tỳ-xá-ly.

Khi ấy, có số đông tỳ-kheo an cư ở trong Tăng-già-lam bên sông Bà-cừu, khởi ý niệm: «Như hiện nay trong nước này lúa gạo quý hiếm, nhơn dân đói khổ, khất thực khó được. Chúng ta nên dùng phương tiện thế nào để khỏi khổ sở vì ẩm thực?» Họ nghĩ ra phương tiện như sau: «Nay ta nên đến các nhà cư sĩ nói: ‹Tôi đạt được pháp thượng nhơn. Tôi là A-la-hán, đạt được thiền, đạt được thần thông, biết được tâm người khác.› Rồi lại khen tỳ-kheo nào đó chứng đắc A-la-hán, đắc thiền, đắc thần thông, biết được tâm người khác. Trong đó có những cư sĩ tin ưa, có thức ăn uống gì không dám tự ăn riêng, không cho vợ con, mà lại mang đến cúng dường chúng ta. Các cư sĩ kia cũng sẽ khen ngợi chúng ta: ‹Các vị tỳ-kheo này thật sự là ruộng phước, đáng tôn kính.› Như vậy chúng ta có thể nhận được thức ăn uống ngon bổ, có thể sống an lạc, không bị vấn đề khất thực gây khó khổ.». Lúc bấy giờ, các tỳ-kheo ở bên sông Bà-cừu suy nghĩ như vậy rồi liền đến nhà các cư sĩ, tự nói:«Tôi chứng đắc pháp thượng nhân. Tôi là A-la-hán, đắc thiền, đắc thần thông, biết được tâm người khác.» Lại khen vị tỳ-kheo nào đó chứng đắc A-la-hán, đắc thiền, đắc thần thông, biết được tâm người khác. Khi ấy các cư sĩ tin ưa, tin nhận lời nói kia, liền đem thức ăn uống có được và phần của vợ con không dám cho ăn hết, mang đến cúng dường cho các tỳ-kheo và nói: «Đây là bậc đáng tôn kính của thế gian.». Các tỳ-kheo này nhờ thọ sự cúng dường của các vị cư sĩ nên nhan sắc sáng sủa, tươi vui, khí lực đầy đủ. Các tỳ-kheo khác an cư tại Tỳ-xá-ly nhan sắc tiều tụy, hình thể khô héo, y phục rách rưới. An cư xong, thu xếp y bát đến chỗ đức Thế tôn, đảnh lễ dưới chân Phật, rồi ngồi qua một bên. Lúc bấy giờ, đức Thế tôn hỏi han các tỳ-kheo:«Các ngươi đi đứng có được hòa hiệp an lạc chăng? Không khổ vì ẩm thực chăng?». Các tỳ-kheo thưa: «Kính bạch đức Thế tôn, chúng con đi đứng hòa hiệp, an lạc; nhưng gặp lúc lúa gạo quý hiếm, nhơn dân đói khổ, khất thực khó được. Vì vậy mà khổ.»

Trong khi đó, các tỳ-kheo an cư trong Tăng-già-lam, bên sông Bà-cừu thì nhan sắc sáng sủa, tươi vui, khí lực đầy đủ. An cư xong thu xếp y bát, đến chỗ đức Thế tôn. Đến nơi, đảnh lễ dưới chân Phật, rồi ngồi qua một bên. Bấy giờ, đức Thế tôn hỏi han các tỳ-kheo:«Các ngươi đi đứng có được hòa hiệp an lạc chăng? Không khổ vì ẩm thực chăng?». Các tỳ-kheo bạch Phật:«Kính bạch đức Thế tôn, chúng con đi đứng hòa hợp an lạc; không gặp phải khó khăn về ẩm thực.» Đức Phật hỏi:«Hiện nay gặp lúc lúa gạo quý hiếm, nhơn dân đói khổ, khất thực khó được. Các ngươi dùng phương tiện nào mà không gặp phải khó khăn vì vấn đề ẩm thực?» Các tỳ-kheo liền đem nhơn duyên trước trình bày đầy đủ với đức Thế tôn và thưa: «Nhờ vậy chúng con không gặp phải khó khăn về ẩm thực.» Đức Thế tôn hỏi các tỳ-kheo:«Sự thật các ngươi có chứng đắc như vậy không?» Các tỳ-kheo thưa:«Hoặc có người chứng thật. Hoặc có người không chứng thật.» Đức Phật bảo các tỳ-kheo:«Các ngươi, những kẻ ngu si, thật có mà còn không nên nói với người, huống là không thật mà lại đến nói với người!» Đức Thế tôn bảo các tỳ-kheo:«Trong đời có hai hạng giặc: một là thật chẳng phải tịnh hạnh mà tự xưng là tịnh hạnh. Hai là vì miệng và bụng nên không chơn thật, chẳng phải mình có mà ở trong chúng cố ý nói lời vọng ngữ, tự xưng rằng đạt được pháp thượng nhân. Trong hai hạng giặc này, kẻ vì miệng và bụng nên không chơn thật, chẳng phải mình có mà ở trong đại chúng cố ý nói lời vọng ngữ: tự xưng mình đạt được pháp thượng nhơn, là kẻ giặc lớn nhất không gì bằng. Tại sao vậy? Vì chúng ăn trộm thức ăn uống của người.»

Đức Thế tôn dùng vô số phương tiện quở trách các tỳ-kheo an cư trong Tăng-già-lam bên sông Bà-cừu rồi, bảo các tỳ-kheo:«Đây là những người ngu si, là nơi trồng nhiều giống hữu lậu, là những người đầu tiên phạm giới này. Từ nay về sau Ta vì các tỳ-kheo mà kiết giới, tập mười cú nghĩa, cho đến, để chánh pháp tồn tại lâu dài.›› Người muốn thuyết giới, nên thuyết như vầy:«Tỳ-kheo nào, thật không sở tri mà tự xưng rằng: ‹Tôi chứng đắc pháp thượng nhơn, tôi biết như vậy, tôi thấy như vậy.› Vào lúc khác, tỳ-kheo ấy hoặc bị người cật vấn, hoặc không người cật vấn, muốn tự thanh tịnh nên nói như vầy: ‹Tôi thật không biết, không thấy, mà nói có biết có thấy, nói lời hư dối vọng ngữ.› Tỳ-kheo ấy là kẻ ba-la-di, không được sống chung.»

Khi đức Thế tôn vì các tỳ-kheo kiết giới như vậy rồi, lúc ấy có một tỳ-kheo tăng thượng mạn nói với người rằng: «Tôi đắc đạo.» Thời gian sau, vị ấy tinh tấn không giải đãi, cần cầu phương tiện, chứng đắc pháp thù thắng tối thượng. Vị ấy nghĩ như vầy: «Đức Thế tôn vì các tỳ-kheo kiết giới: ‹Tỳ-kheo nào, thật không sở tri mà tự xưng rằng: ‘Tôi chứng đắc pháp thượng nhơn, tôi biết như vậy, tôi thấy như vậy.’ Vào lúc khác, Tỳ-kheo ấy hoặc bị người cật vấn, hoặc không người cật vấn, muốn tự thanh tịnh nên nói như vậy: ‘Tôi thật không biết, không thấy, mà nói có biết có thấy, nói lời hư dối vọng ngữ.’ Tỳ-kheo ấy là kẻ ba-la-di, không được sống chung.› Với tâm kiêu mạn, tôi đã tự nói tôi đắc đạo. Thời gian sau với tâm siêng năng, phương tiện tinh tấn, không giải đãi, chứng đắc pháp thù thắng tối thượng. Như vậy tôi há không phạm ba-la-di? Nay phải làm thế nào?» Vị ấy tìm các tỳ-kheo đồng ý: «Đức Thế tôn vì các tỳ-kheo kiết giới: ‹Tỳ-kheo nào, thật không sở tri mà tự xưng rằng: ‘Tôi chứng đắc pháp thượng nhơn, tôi biết như vậy, tôi thấy như vậy.’ Vào lúc khác, Tỳ-kheo ấy hoặc bị người cật vấn, hoặc không người cật vấn, muốn tự thanh tịnh nên nói như vậy: ‘Tôi thật không biết, không thấy, mà nói có biết có thấy, nói lời hư dối vọng ngữ.' Tỳ-kheo này là kẻ ba-la-di, không được sống chung.› Tôi với tâm tăng thượng mạn tự xưng là tôi đắc đạo. Thời gian sau do sự siêng năng, phương tiện tinh tấn không giải đãi, chứng đắc pháp thù thắng tối thượng. Như vậy tôi há không phạm ba-la-di sao? Lành thay, Đại đức vì tôi bạch Phật. Tùy theo lời Phật dạy, tôi sẽ vâng làm.»

Các tỳ-kheo đến chỗ đức Thế tôn, đem nhơn duyên này trình bày đầy đủ lên đức Thế tôn. Lúc ấy, đức Thế tôn do nhơn này tập hợp tỳ-kheo Tăng, vì các tỳ-kheo tùy thuận thuyết pháp, dùng vô số phương tiện tán thán đầu-đà, tán thán thiểu dục tri túc, ưa xuất ly, và bảo các tỳ-kheo: «Người tăng thượng mạn không phạm.»

1.2. Tội Đại Vọng Ngữ Phạm Ba La Di Như Thế Nào ?

1.2.1. Kết Giới

Tỳ-kheo nào, thật không sở tri mà tự xưng rằng: ‹Tôi chứng đắc pháp thượng nhơn, tôi biết như vậy, tôi thấy như vậy.› Vào lúc khác, tỳ-kheo ấy hoặc bị người cật vấn, hoặc không người cật vấn, muốn tự thanh tịnh nên nói như vầy: ‹Tôi thật không biết, không thấy, mà nói có biết có thấy, nói lời hư dối vọng ngữ,› trừ tăng thượng mạn,

Tỳ-kheo ấy là kẻ ba-la-di, không được sống chung.

1.2.2. Pháp Thượng Nhơn

Là các pháp có khả năng thành tựu xuất ly. Gồm 14 pháp thượng nhân : tự nói niệm tại thân, tự nói chánh ức niệm, tự nói trì giới, tự nói có dục, tự nói không buông lung, tự nói tinh tấn, tự nói đắc định, tự nói đắc chánh thọ, tự nói có đạo, tự nói tu tập, tự nói có huệ, tự nói kiến, tự nói đắc, tự nói quả.

Với những sự hư vọng, không thiệt như vậy; không biết, không thấy mà nói với người: «Tôi đạt được pháp thượng nhơn.» Tự miệng mình nói với người mà người ấy hiểu, phạm ba-la-di.

1.2.3. Nhân Duyên Không Phạm Vọng Ngữ

Người tăng thượng mạn tự nói là nghiệp báo nhơn duyên chứ chẳng phải tu đạt được, hoặc hướng đến vị đại tỳ-kheo đồng ý mà nói pháp thượng nhơn.

Người giảng cho người về căn, lực, giác ý, giải thoát, tam-muội, chánh thọ mà không tự xưng là «tôi đạt được.»

Người vui đùa mà nói; hoặc nói lướt nhanh; nói chỗ vắng, nói một mình, nói trong mộng, muốn nói việc này nói nhầm việc kia thì không phạm.

Người phạm đầu tiên khi chưa chế giới; người si cuồng loạn tâm, thống não, bức bách.

Chương 2. Sự Nguy Hiểm Của Đại Vọng Ngữ

Khi thoáng xem qua về các luật Ba La Di, hành giả dễ dàng nhận ra rằng dường như tội Đại Vọng Ngữ thực ra ít nghiêm trọng hơn nhiều so với các luật Ba La Di khác như : Đoạt Nhân Mạng, Bất Dữ Thủ, Bất Tịnh Hạnh. Nhưng nếu quán sát kỹ lưỡng, hành giả sẽ nhận ra rằng, trong các luật Ba La Di, thì Đại Vọng Ngữ là nguy hại nhất cho chánh pháp so với ba Ba La Di còn lại. Vì sao như vậy ?

2.2. Đại Vọng Ngữ Dẫn Đến Phạm Lục Hòa

Lục Hòa (Lục hoà cộng trụ), bao gồm sáu phương pháp cư xử với nhau cho hòa hợp, trong tăng già lẫn trong đời sống thường ngày thích ứng với mọi lợi ích cho cá nhân và lợi lạc cho cộng đồng. Lục Hòa được Đức Phật thuyết giảng ở Kinh Kosampiya ở Trung Bộ Kinh. Đây là bộ kinh rất quan trọng, duyên khởi : Thời gian chư tỳ kheo ở Kosampiya (Câu diệm di) chia rẽ vì một cuộc tranh cãi, đức Phật đã dạy pháp Lục Hòa, nhằm đưa đến tương ái, tương kính, không tranh luận, hoà hợp nhất trí.

Bộ kinh này, là một trong những bộ kinh quan trọng, gắng liền với sự hòa hợp trong tăng đoàn, là giềng mối lớn của một trong tam bảo (tăng bảo). Bản chất của tăng đoàn là sự sống chung để hỗ trợ nhau tu tập, nếu không đạt được điều này thì tăng đoàn chỉ mang lại phiền não, cản trở tu tập. Bản chất của tăng đoàn là thanh tịnh và hòa hợp.

Lục Hòa Cộng Trụ gồm Giới hoà đồng tu (Hoà đồng trên nguyên tắc Kỷ luật), Thân hoà đồng trụ (Hoà đồng trên nguyên tắc Hành động), Khẩu hoà vô tránh (Hoà đồng trên nguyên tắc Ngôn luận), Lợi hoà đồng huân (Hoà đồng trên nguyên tắc Quyền lợi), Ý hoà đồng duyệt (Hoà đồng trên nguyên tắc Ý chí), Kiến hoà đồng giải (Hoà đồng trên nguyên tắc Nhận thức). Đức Phật nói: có sáu pháp này cần phải ghi nhớ, tạo thành tương ái, tạo thành tương kính, đưa đến hòa đồng, đưa đến vô tranh luận, hòa hợp, nhất trí.

Khi một vị tự nhận mình chứng đắc, vị ấy sẽ tạo nên sự phân biệt trong tăng chúng, rằng vị này xứng đáng hơn, vị này không xứng đáng hơn thọ nhận cúng dường, tức là phạm vào lợi hòa đồng huân; vị ấy tạo sự phân biệt trong biện luận rằng vị này giải đúng đắn hơn, vị này không giải đúng đắn hơn khi giảng pháp, tực là phạm vào kiến hòa đồng giải; vị ấy tạo sự phân biệt trong hành động rằng vị này làm đúng đắn hơn, vị này không làm đúng đắn hơn, tức là phạm vào thân hòa đồng trụ; vị ấy tạo sự phân biệt trong kỷ luật rằng vị này nghiêm chỉnh hơn, vị này không nghiêm chỉnh hơn, tức là phạm vào giới hòa đồng tu.

Như vậy, khi một vị nhận rằng mình chứng đắc, vị ấy phạm vào phép lục hòa, không tạo thành tương ái, không tạo thành tương kính, không đưa đến hòa hợp, nhất trí. Tức là trái với ý muốn hòa hợp của Đức Phật. Tức là trái với ý muốn duy trì chánh pháp dài lâu của Đức Phật.

2.1. Đại Vọng Ngữ Dẫn Đến Phạm Ngũ Nghịch Trọng Tội

Năm tội lớn, còn được gọi là Ngũ nghịch, Ngũ vô gián nghiệp là năm tội nặng nhất dẫn đến quả báo ngay lập tức, trong kiếp này (vô gián), sau khi chết sa đoạ Địa ngục. Chúng cụ thể là: giết cha (sát phụ); giết mẹ (sát mẫu); giết một vị A-la-hán (sát A-la-hán); làm thân Đức Phật chảy máu (xuất Phật thân huyết, có thể là phá hoại tượng Phật, ảnh Phật); phá hoại Tăng đoàn (Phá hoà hợp tăng).

Trong năm tội lớn này, tội phá hoại tăng đoàn có một vị trí đặc biệt, được xem là tội nặng nhất trong ngũ đại tội. Tăng đoàn là một cộng đồng không xây dựng trên nguyên tắc phục tùng uy quyền của thần linh, giáo chủ, thủ lĩnh, hoặc pháp định, mà được xây dựng trên ý thức của mỗi cá nhân. Đức Phật đề cao sự tự giác, tự chứng. Đức Phật không phải là thượng đế, sáng thế và cứu thế. Phật là bậc giác ngộ. Phật không giúp người ta thoát khổ, giảm nghiệp mà chính người đó phải tu tập để thoát khổ, giảm nghiệp. Phật chỉ có vai trò như người thầy chỉ dẫn con đường đúng đắn để giải thoát. Đức Phật luôn nhắc đi nhắc lại rằng, không ai có thể ban cho người khác sự giác ngộ. Đức Phật thuyết: "*Sau khi Ta diệt độ nhập Niết-Bàn, hãy tự thắp đuốc lên mà đi; thắp lên với chính pháp, đừng thắp lên với pháp nào khác; hãy nương tựa với chính mình, đừng nương tựa với một pháp nào khác*". Không thể nương tựa bất kỳ ai ngoài chánh pháp của Đức Phật để được giải thoát. Để đạt được điều đó, nếu không còn tồn tại Đức Phật, thì giá trị của Giáo Pháp và Tăng Đoàn chính là cơ sở chính cổ vũ cho sự thành đạo. Tôn giả Ananda thuyết: "*Chúng tôi không phải không có chỗ nương tựa. Chúng tôi có chỗ nương tựa, và Pháp là chỗ nương tựa của chúng tôi*". Chánh Pháp và Tăng đoàn (người thực hành chánh pháp) chính là chỗ nương tựa.

Như đã kết luận ở phần trước, khi một vị tự tuyên bố chứng đắc, cho dù thật hay không thật, thì vị ấy sẽ phạm vào trong Lục Hòa, không tạo thành tương ái tương kính, không đưa đến hòa hợp. Vì vậy, gián tiếp gây chia sẽ tăng đoàn. Phá đi tăng đoàn, chính là phá đi chỗ nương tựa của chúng sanh vào chánh pháp. Không có sự hòa hợp trong tăng đoàn, Phật Pháp sẽ nhanh chóng lụi tàn. Tức là, khi một vị tự tuyên bố chứng đắc, cho dù có thật hay không, vị ấy cũng phạm vào tội tăng tàn trong ngũ nghịch đại tội, dẫn đến quả báo Vô Gián.

2.3. Đại Vọng Ngữ Dẫn Đến Phạm Bát Chánh Đạo

Bát chánh đạo là con đường chân chánh có tám chi, giúp chúng sanh hướng đến một đời sống cao thượng, hạnh phúc. Bát thánh đạo là tám phương tiện vi diệu đưa chúng sanh đến đời sống an lạc, giải thóat, tiến đến địa vị giác ngộ. Những bậc Hiền, Thánh nương theo tám phương tiện này để đi đến Niết bàn, Phật quả.

Chánh ngữ: Ngữ là lời nói. Chánh ngữ là lời nói chân thật không hư dối, có lợi ích chính đáng, công bình, ngay thẳng và hợp lý. Lời nói không làm tổn hại đến đời sống cùng danh dự của người khác. Chánh ngữ không chỉ nói đến lời nói chân thật (tức là lời nói ngay thẳng, thành thật, hợp lý không thiên vị, hòa nhã, giản dị), mà còn nói đến lời nói sáng suốt, tức là lời nói lợi ích, đồng nhất và mang tính chất sách tấn, khuyến tu, mở bày ánh sáng giác ngộ tự tâm trong mỗi tha nhân. Lời nói hợp với chánh ngữ phải hỗ trợ sự tu tập của tăng chúng, trợ duyên chúng sanh, hỗ trợ chánh pháp.

Như đã kết luận ở phần trước, khi một vị tự tuyên bố chứng đắc, cho dù có chứng đắc thật hay không thật, đều ảnh hưởng đến lục hòa trong tăng chúng, gián tiếp ảnh hưởng đến ngũ nghịch trọng tội, thì tất nhiên không thể coi là lời nói lợi ích, hợp với chánh pháp, đúng với chánh ngữ của bát chánh đạo. Vì vậy, vị nào tự tuyên bố chứng đặc thì đồng thời cũng vi phạm bát chánh đạo, vi phạm bát chánh đạo thì vị ấy không thể coi là chứng đắc pháp chân thật.

2.4. Vọng Ngữ Dẫn Đến Phạm Nghiệp Báo

Nghiệp tiếng Phạn là karma hay karman, tiếng Pali là kamma, có nghĩa là một "hành động", một "hành vi". Nghiệp là một động lực thúc đẩy để tác tạo một cái gì đó. Tam nghiệp là ba thứ nghiệp, là nghiệp báo nó đến với mình, làm cho mình được phước hay hoạn nạn, đều do nghiệp, ba hạnh nghiệp từ trước nó liên quan với nhau rất chặt chẽ : Thân nghiệp là hạnh nghiệp bằng thân, tức là chân, tay làm việc. Khẩu nghiệp là hạnh nghiệp bằng lời nói, tức nói năng dạy bảo hoặc nói ác. Ý nghiệp là hạnh nghiệp bằng ý tưởng, tức suy nghĩ mong cầu điều thiện hoặc điều ác, hoặc toan tính, mưu mô những việc thiện và ác. Khẩu nghiệp gồm 4 đường, đó là nói dối (vọng ngôn), nói ác (ác khẩu), nói xấu (lưỡng thiệt), nói thêm (ỷ ngữ).

Trong đó, nói dối tức là vọng ngữ. Vọng ngữ tất yếu dẫn đến nghiệp báo. Vì vậy, chưa cần phải nói đến việc phạm Ba La Di, chỉ riêng việc vọng ngữ gây nên nghiệp báo, thì đó đã trái hẳn giáo pháp của Đức Phật, trái hẳn với lề luật dành cho tu sĩ, chứ đừng nói đến của sa-môn.

Như đã kết luận ở phần trước, khi một vị tự tuyên bố chứng đắc, cho dù có chứng đắc thật hay không thật, đều ảnh hưởng đến lục hòa trong tăng chúng, gián tiếp ảnh hưởng đến ngũ nghịch trọng tội, đồng thời cũng vi phạm bát chánh đạo, không thể coi là chứng đắc pháp chân thật. Vì vậy, vị ấy cũng phạm vào khẩu nghiệp trong tam tịnh nghiệp, còn chìm trong Vô Minh, chưa đoạn được Tham Ái.

2.5. Tiểu Kết

Như vậy, ta đã thấy rõ, tại sao đức Phật dạy: "Cho dù bản thân mình chứng Thánh quả cũng không được nói cho người khác biết"? và tại sao Đức Phật lại chế định tội Đại Vọng Ngữ lại phạm Ba La Di (Đại Trọng Tội). Xét về ảnh hưởng đến tăng đoàn, so với các tội khác như Đoạt Nhân Mạng, Bất Dữ Thủ, Bất Tịnh Hạnh đều chỉ giới hạn liên quan đến hành động cá nhân trong tăng đoàn, trong khi tội Đại Vọng Ngữ liên quan đến sự đoàn kết của cả tăng đoàn, chứ không chỉ là một hành động cá nhân nữa.

Kinh Lăng Nghiêm nói: "*Sau khi Ta diệt độ, trong đời mạt pháp có nhiều bọn ma này thịnh hành trong thế gian gây nhiều việc tham dâm, lại giả làm người thiện tri thức khiến cho chúng sanh rơi vào hầm ái kiến mất con đường Bồ-đề.*". Lại nói: "*Sau khi Tôi diệt độ, trong đời mạt pháp phần nhiều những hạng yêu mị, tà đạo thịnh hành trong thế gian, chúng ẩn núp dối gian, tự xưng là thiện hữu tri thức, mỗi người đều tự nói đã được pháp thượng nhân, lừa gạt người không biết, dọa dẫm khiến cho mất lòng chánh tín, chúng đi qua đến đâu, nhà người đều bị hao tổn tan nát.*".

Tổng Kết

Phật dạy chúng ta thấy chỗ thật giả của chư bồ tát, chư thánh nhân ứng hiện trần gian. Các vị chứng đắc có thể thị hiện ở mọi hình dáng, giai tầng, không thể dự biết. Các vị ấy có thể là những người ở bên cạnh ta, có thể là vị đồng môn hay giúp đỡ ta trong khi học giáo pháp, cũng có thể là vị giáo thọ hay cười trên giảng đường, cũng có thể là vị sư hay sao chụp giúp tài liệu học, cũng có thể là vị thiện tri thức hay rủ ta đi cúng dường, từ thiện. Những vị khuyến tu khuyến pháp thúc đẩy ta đi vào sự học của chánh pháp chính là bồ tát của ta chứ không đâu xa.

Kinh Lăng Nghiêm nói: "*Nhưng trọn không nói ta thật là Bồ-tát, A-la-hán, làm tiết lộ mật nhân của Phật, khinh thường nói với người chưa học; chỉ trừ khi lâm chung âm thầm có những lời di chúc. Làm sao người ấy lại còn có lừa gạt chúng sanh để thành tội đại vọng ngữ?*"

Để kết thúc tiểu luận này, xin trích lại câu chuyện rất thú vị về Hòa Thượng Đỗ Thuận được kể trong cuốn Kinh Lăng Nghiêm Giảng Ký của Hòa Thượng Thích Thông Phương, nhằm thay cho lời kết.

Hòa thượng Tuyên Hóa có kể câu chuyện về Hòa thượng Đỗ Thuận là Tổ tông Hoa Nghiêm. Ngài thường giảng kinh, thuyết pháp, dạy người tham thiền, niệm Phật v.v... Có một đệ tử xuất gia tu học với Ngài hơn mười năm, vị này luôn luôn để tâm đến những công hạnh, việc làm của thầy để cố tìm hiểu xem thầy mình là ai, có phải là Bồ-tát hay A-la-hán thị hiện không. Tìm hiểu kỹ lưỡng hơn mười năm, cuối cùng chú kết luận thầy mình chỉ là người thường thôi, không có gì khác lạ với người khác, hàng ngày cũng ăn mặc ngủ nghỉ như mọi người, cũng không có thần thông, phóng quang chi hết. Chú bèn đến lễ tạ thầy xin rời đi. Ngài Đỗ Thuận hỏi: "Ý định của chú là đi đâu?". Chú đáp: "Con định lên núi Ngũ Đài, con ở với thầy lâu quá mà không phát triển trí tuệ gì được, chắc con cũng thuộc loại ngu đần, cho nên con quyết định đi lễ bái Bồ-tát Văn Thù, hy vọng con sẽ được trí tuệ như Ngài". Ngài Đỗ Thuận bảo: "Được rồi! Con muốn đi Ngũ Đài lễ bái cũng được, nhưng thầy có hai phong thư, trên đường đi nhờ con trao giúp, một phong trao cho cô Thanh Lương, một phong trao cho Trư lão mẫu". Chú đệ tử đến Ngũ Đài, trước tìm đến địa chỉ nhà cô Thanh Lương, té ra đó là cô gái điếm. Chú đệ tử ngạc nhiên quá không hiểu vì sao thầy mình lại viết thư cho cô gái điếm, tuy thắc mắc nghi ngờ nhưng chú cũng đưa thư. Cô Thanh Lương đọc xong thư, nói: "Tốt! Ông đi thì ta cũng đi". Nói xong cô thị tịch ngay tại chỗ ngồi. Chú đệ tử thấy lạ cầm thư lên đọc mới hay cô Thanh Lương là Bồ-tát Quán Thế Âm thị hiện, vì trong thư ghi: "Quán Thế Âm! Tôi đã xong việc ở đây, giờ tôi sẽ đi, Ngài nên đi với tôi". Chú đệ tử biết ra là Đức Quán Thế Âm thì đã muộn vì Ngài đã thị tịch, không biết hỏi ai. Chú lại tìm đến chỗ Trư lão mẫu theo địa chỉ lá thư còn lại, đến nơi không thấy ai hết, nhưng khi đi ngang chuồng heo, bỗng có con heo nái già cất tiếng hỏi: "Chú tìm Trư lão mẫu có việc gì?". Chú ngạc nhiên không biết mình gặp quái vật gì, nhưng cũng nói: "Thầy tôi bảo trao thư cho Trư lão mẫu". Con heo nái nói: "Tốt lắm! Ta là Trư lão mẫu đây, chú có thể đưa cho ta". Heo nái đọc thư xong, nói: "Ờ! Việc ông ấy xong thì ta cũng sẽ đi". Rồi heo nái chết. Chú đệ tử lấy thư xem mới biết là Bồ-tát Phổ Hiền thị hiện. Đến khi chú lên núi Ngũ Đài thì gặp một Lão Tăng hỏi: "Chú đến đây làm gì?". Chú đáp: "Tôi đến lễ bái Bồ-tát Đại Trí Văn Thù Sư Lợi cầu mong được trí tuệ giác ngộ". Lão Tăng bảo: "Chú này! Chú lên đây để lễ bái Bồ-tát Văn Thù, nhưng lễ bái thầy chú còn tốt hơn gấp ngàn lần". Chú hỏi: "Tại sao?". Lão Tăng bảo: "Thầy chú là Đức Phật A Di Đà thị hiện nơi cõi nhân gian để giáo hóa chúng sanh, chú là đệ tử Ngài hơn mười năm, sao không nhận ra?". Chú đệ tử ngạc nhiên, nhìn lại thì vị Lão Tăng đã biến mất. Chú quay về để lễ thầy thì Ngài đã viên tịch mấy ngày trước.

Trước khi Hòa thượng Đỗ Thuận tịch, một đệ tử xin từ giã đi, Ngài hỏi: "Đi đâu?". Đệ tử thưa: "Con muốn qua núi Ngũ Đài lễ Bồ-tát Văn Thù". Ngài mỉm cười nói: "Ông muốn đi, ta có một bài kệ có thể giúp ông đi đường sẽ có tin tức". Ngài bèn nói kệ: "Du tử mạn bôn ba, Đài Sơn lễ đỗ pha, Văn Thù chỉ giả thị, Hà xứ mích Di Đà?"(Nghĩa là: "Du tử chạy lăng xăng, Đài Sơn lễ vách núi, Văn Thù chỉ thế ấy, Chỗ nào tìm Di Đà?). Chú đệ tử nghe nhưng không hiểu ý bài kệ. Đến Ngũ Đài gặp một ông già hỏi: "Chú đi đâu?". Chú đáp: "Đến lễ Bồ-tát Văn Thù Sư Lợi". Ông già bảo: "Văn Thù hôm nay đi vắng, chẳng có ở núi, ông đến đây có gì không, tôi sẽ nhắn lời". Chú hỏi: "Ngài Văn Thù hôm nay ở đâu?". Ông già đáp: "Ngài đi giáo hóa chúng sanh ở Trường An". Chú hỏi: "Là vị nào ở Trường An?". Ông già đáp: "Hòa thượng Đỗ Thuận chính là Văn Thù". Chú phát la lên: "A! Hòa thượng Đỗ Thuận là thầy tôi".Ngay đó ông già biến mất. Chú đệ tử lật đật quay trở về chùa định gặp thầy lễ rồi hỏi lâu nay sao thầy không nói cho con biết. Nhưng về đến nơi thì thầy đã tịch.

Chúng ta thấy chư vị Bồ-tát, Thánh nhân khi ứng hiện độ sanh không nói mình là Bồ-tát, Thánh nhân, chỉ khi sắp tịch để di chúc lại mới biết. Cho nên ở đây Phật kết lại: "Những bậc như vậy sao có thể lừa gạt chúng sanh để thành tội đại vọng ngữ?".

Tài Liệu Tham Khảo

1. Ma Ha Tăng Kỳ Luật, dịch bởi Hòa Thượng Phước Sơn, Nxb Tôn Giáo, 2003.
2. Tứ Phần Luật, dịch bởi Hòa Thượng Đồng Minh, Nxb Phương Đông, 2013.
3. Ngũ Phần Luật, dịch bởi Hòa Thượng Đồng Minh, Nxb Phương Đông, 2011.
4. Thập Tụng Luật, dịch bởi Thích Đức Thắng, Thích Nguyên An, Thích Tâm Nhãn, Thích Nguyên Thịnh, Thích Đạo Luận, Thích Hạnh Minh.
5. Kinh Lăng Nghiêm, dịch và chú giải bởi Thích Duy Lực, Từ Ân Thiền Đường, 1990.
6. TT.Thích Thông Phương, Kinh Thủ Lăng Nghiêm Giảng Ký, dịch bởi HT.Thích Phước Hảo.

Tiến sĩ Ngô Hồ Anh Khôi

(Bút danh: Philippe Ngo)

Học vị Thạc sĩ đại học La Rochelle tại Pháp (2011); Tiến sĩ đại học Francois Rabelais Tours tại Pháp (2015).

- Giám đốc ***Bảo Tàng TAROT*** tại Tp.Cần Thơ. Thành viên ***Trung Tâm UNESCO về Nghiên cứu và bảo tồn Cổ vật Việt Nam***. Phó giám đốc ban trực thuộc ***Trung Tâm UNESCO Khoa học Nhân văn và Cộng đồng***.
- Triển lãm Cổ Vật tại ***Festival Huế*** (2017) do Bảo Tàng Lịch Sử Thừa Thiên Huế tổ chức, triển lãm Cổ Vật tại ***Tây Đô Ngày Về Gốm Cổ*** do CLB Gốm Nam Bộ tổ chức, triển lãm Cổ Vật tại ***Dấu Ấn Văn Hóa Cổ*** (2019) do Bảo Tàng Cần Thơ tổ chức.
- Được mời tham gia viết bài nghiên cứu cho hồ sơ đệ trình UNESCO công nhận ***Nghệ Thuật Làm Gốm Chăm*** là di sản văn hóa phi vật thể của thế giới, do Bộ Văn Hóa, Thể Thao và Du Lịch tổ chức. Được mời tham gia viết bài nghiên cứu cho hồ sơ đệ trình UNESCO công nhận ***Văn Hóa Sa Huỳnh*** là di sản văn hóa của thế giới, do Bộ Văn Hóa, Thể Thao và Du Lịch tổ chức.
- Nhà thơ, tác giả của các tập thơ ***Lục Bát Ký*** (Nhà Xuất Bản Hội Nhà Văn ấn hành), ***Đối Đáp Xướng Họa Thơ Đường*** (Nhà Xuất Bản Văn Hóa Văn Nghệ ấn hành). Dịch giả, tác giả của ***Thơ Thiền Đời Lý*** (Nhà Xuất Bản

Hội Nhà Văn ấn hành), ***Hương Sắc Bốn Phương*** (Nhà Xuất Bản Văn Hóa Văn Nghệ ấn hành).

- Khách mời đại diện cho Thơ Việt Nam tại ***Festival Thơ Thế Giới*** (*Festival Des Poesies Du Monde*), trong các năm 2012, 2013, 2014 tại thành phố Tours và 2015, 2016 tại thành phố Lyon, Pháp.
- Thư pháp gia trong Triển Lãm Thư Pháp Việt tại ***Phòng Trưng Bày Quốc Gia*** của thành phố Tours (Gallerie Nationale de Tours) của Thành phố Tours, Pháp; biểu diễn Thư Pháp tại sự kiện ***Các Nền Văn Hóa*** (*À Tours, Des Cultures*) ở thành phố Tours, Pháp; biểu diễn Thư Pháp tại sự kiện ***Festival Ngôn ngữ Thế giới*** (*Festival Des Langues*) ở thành phố Tours, Pháp; biểu diễn Thư Pháp tại ***Liên Hoan Phim Châu Á*** (*15e Festival International de Cinema Asiatique*) Lần Thứ 15 tại Pháp.
- Nhà nghiên cứu tôn giáo và triết học, tác giả hơn 10 đầu sách về tôn giáo và triết học, xuất bản ở Mỹ và Châu Âu, dưới bút danh Philippe Ngo, trong đó, nổi bật là: ***Triết Học Ấn Độ trong Tương Quan với Triết Học Phương Tây*** (Nhà Xuất Bản NHAK's ấn hành, ISBN: 9780359578733), ***Mười Bốn Pháp Luận Giải Thập Nhị Nhân Duyên*** (Nhà Xuất Bản NHAK's ấn hành, ISBN: 9780359578665),),…
- Nhà nghiên cứu huyền học, tác giả hơn 20 đầu sách về thuật số, xuất bản ở Mỹ và Châu Âu, dưới bút danh Philippe Ngo, trong đó, nổi bật là: ***Mật Mã Tarot*** (Nhà

Xuất Bản Tri Thức) viết chung với nhà văn huyền linh Phùng Lâm; ***Hành Trình Chàng Khờ*** (The Fool's Journey in Tarot, ISBN: 1514806894) viết chung với cử nhân sử học Lâm Nguyễn; ***Ánh Sáng Tiên Tri*** (Devine Visions, ISBN: 1511955589) viết chung với thạc sĩ Lệ Trần tại Đài Loan; ***Ánh Trăng Ma Quái*** (Sinister Moonlight, ISBN: 1511512903) viết chung với thạc sĩ Hằng Đặng tại Đài Loan. Tác giả của nhiều bộ bài huyền học: ***Tarot of Jesus The Christ***, ***Tarot of To Tom***, ***Oracle of The Praise of Folly***, …

- Nhà nghiên cứu khoa học ***Trí Tuệ Nhân Tạo*** (Artificial Intelligence), chuyên ngành ***Thị Giác Thông Minh*** ứng dụng trong ***Số Hóa Tư Liệu Cổ Xưa*** (Intelligence Computer Visions in Ancient Document Digitalization) với nhiều công bố quốc tế trên: ***Tạp Chí Quốc Tế Về Phân Tích Tài Liệu Và Nhận Dạng Tư Liệu*** (International Journal on Document Analysis and Recognition), ***Hội Nghị Quốc Tế Về Phân Tích Cấu Trúc Tư Liệu*** (International Workshop on Document Analysis Systems), ***Hội Nghị Quốc Tế Về Phân Tích Và Nhận Dạng Tư Liệu*** (International Conference on Document Analysis and Recognition), ***Hội Nghị Pháp Ngữ Về Máy Học Tự Động*** (Conférence Francophone sur l'Apprentissage Automatique).

www.ingramcontent.com/pod-product-compliance
Ingram Content Group UK Ltd.
Pitfield, Milton Keynes, MK11 3LW, UK
UKHW041901190726
13854UKWH00003B/1006